कल्पित अकल्पित

मीना दिलीप भांड

अनुक्रमणिका

1

४०७

साईधाम मधला ४०७ पाहताच रितेश ला आवडला. त्याने सध्या हाच भाड्याने घ्यावा असा विचार केला. त्याच्या ऑफिस जवळ हा फ्लॅट होता. येता येता मार्केट लागत होते, आजूबाजूचा परिसर चांगला होता, खाली गार्डन होते, पार्किंग पण चांगले होते. त्याने अवनीला तो फ्लॅट दाखवला; तिलाही पसंत पडला. लागलीच त्याने बुक केला. दोन दिवसाने सामान आणून टाकले आणि अवनीला आणायला गेला. अवनी ला येताना सासूबाईंनी; तुळस, देव्हारा, आणि मोजके सामान दिले. दोन-तीन दिवसांनी ते दोघे येणार होते. तिचे आई-वडील आठवड्याने येणार होते. आशिष ला त्यांनी जपायला सांगितले; आत्तापर्यंत अतिश त्यांच्या जवळच राहायचा. त्याचे सारे पहात त्याच पहात होत्या. सध्या देव्हारा हॉल मध्ये ठेवला. समोरच्या गॅलरीत तुळस ठेवली. बेडरुमच्या गॅलरीत दुर्वा आणि जास्वंद ठेवले. आई आल्यावर त्यांना पूजेसाठी हे सारं लागायचे. रितेशने आधीच घर साफ करून ठेवले होते. संध्याकाळची दिवाबत्ती लावली, तुळशीचा दिवा पण लावला पण तो तो दिवा सारखा विजू लागला. तो दिवा काही राहीना, वाऱ्याने विजत असेल असे तिला वाटले; तिने लक्ष दिले नाही. त्या गॅलरीत जायला नको वाटे, अचानक संध्याकाळी आतिश खूप रडू लागला. तिला काय करावे समजेना तिने आई ना फोन लावला; कदाचित आजीला मिस करत असेल, किंवा नवीन जागा आहे म्हणून रडत असेल. त्यांनी तिला देवा जवळील अंगारा

लावायला सांगितला, अंगावरून मीठ उतरून टाकायला सांगितले. थोड्या वेळाने तो जरा शांत झाला. तिला समजावले पण त्यांच्या मनाला कोण समजावणार. त्यांना आपल्या नातवाची काळजी पडली. त्या मी आपण परवाच तिकडे जायला निघू असे नवऱ्याला सांगितले; त्यांच्या मनात शंका आली होती . सकाळी अवनीला तुळशीला पाणी घालताना ; काल टवटवीत असणारी आणि हिरवीगार दिसणारी तुळस सुकल्या सारखी वाटत होती, थोडी काळसर दिसत होती. तिला विचित्र वाटले. एका दिवसात तुळशीला काय झाले. आता आई ओरडणार. तिला चिंता पडली. आतिश ला अंघोळ घालून तिने पीठ लावले .तो गॅलरी कडे पाहून कधी हसत होता, कधी रडत होता, कधी तिकडे झेप घेत होता, तिला जरा वेगळे वाटले.

परिसराची ओळख व्हावी म्हणून खाली जाऊन त्यांनी भाजी आणि फळे आणली. थोडावेळ गार्डन मध्ये बसले. संध्याकाळी घरी आल्यावर आतिश पुन्हा रडू लागला तो थांबेचना; तिला खूप चिंता वाटू लागली. सांगितल्याप्रमाणे सारे केले परत तो शांत झाला. रात्री तिला स्वप्न पडले; स्वप्नात अतिश ला कोणी नेत असल्याचे दिसले. ती घाबरून उठली, त्याला कवटाळून बसली. आजही तुळशीचा दिवा राहिला नाही. सकाळी अवनी दुपारच्या स्वयंपाकाची तयारी करीत होती. आज तिच्या सासुबाई येणार होत्या; रितेश त्यांना बस स्टॉप वर आणायला गेला होता. घरात आईंना कसलातरी वास आला, वास खूप घाण होता. आल्या आल्या त्यांनी आंघोळ करून घेतली आणि घरात सर्वत्र गोमूत्र शिंपडले, त्यानंतर गंगाजल शिंपडले. देव्हाऱ्याजवळ नवनाथाचा पाठ वाचत बसल्या. आईना पूजा पाठ मंत्र या सगळ्या गोष्टींमध्ये आनंद मिळत असायचा त्यांना अशुभ शक्तीचा लागलीच वास लागायचा, चाहूल लागायची. त्यांनी आपल्या गुरुजींना फोन लावला आणि आपली शंका बोलून दाखवली. त्यांच्या जवळच्या दुसऱ्या गुरुजी चा नंबर आणि पत्ता दिला; तयारी कशी करायची ,काय काय सामान आणायचे, हे देखील गुरुजींनी सांगितले.

रितेश गुरुजींना आणायला गेला. तोपर्यंत आईने घरात गोमूत्र शिंपडले होते परत त्यात हळद घालुन शिंपडले, दाराला अशोक आणि

आंब्याच्या पानांचे तोरण बांधले, दाराला लिंबू मिरची लटकवली, कोहळा बांधून झाला, गॅलरीच्या दाराला तुळशीच्या काट्यांचे बांध घालून झाले. काळा कपड्यांमध्ये तुरटी बांधून दाराजवळ ठेवली, घरभर धुप फिरवला. तोपर्यंत गुरुजी आले त्यांनी घराचे निरक्षण केले आणि घराच्या मध्यभागी होम तयार केला. अवनी भवती सुरक्षा रिंगण बनविले, आतीश ला तिच्या मांडीवर ठेवले. सगळ्यांना पंचाक्षरी मंत्र म्हणायला सांगितला. अवनी ला हनुमान चालीसा बोलायला सांगितले. सर्व तयारी करून गुरुजी होम करण्यास बसले. अग्नी प्रज्वलित केला; मंत्रपठण चालू झाले आणि वातावरणात बदल होऊ लागला. थंड थंड वारे वाहिल्या सारखे वाटू लागले, कोणीतरी रागाने चिडचिड करत असल्यासारखे वाटू लागले, गुरुजींनी अग्नि सामग्री टाकत त्या शक्तीला आवाहन केले. ती शक्ती यांच्या मार्फत बोलू लागली. आईच्या जवळ स्त्री असल्यासारखी वाटत होती. पांढरी धुरकट आकृती दिसत होती, आकृती स्त्रीची वाटत होती.'गुरुजींनी तिला प्रश्न विचारला' तू कोण आहे? इथे काय करतेस? तुझा या घराशी काय संबंध आहे? तू या मुलाला का दिसते? आईच्या तोंडून बोलू लागली' मी इथे माझ्या नवऱ्या मुला सोबत राहत होते, माझा मुलगा नऊ महिन्यांचा होता. त्याला गॅलरीतल्या हुक्का मध्ये लावलेल्या झोक्यात त्याला झुलवत होते. त्याला झोका देता-देता स्वयंपाक करत होते. किचन मध्ये कुकर लावला होता; फोन वाजत होता, मी फोन घेतला, कुकरच्या शिट्ट्या होत होत्या; गडबडीत मी गॅस बंद केला, फोनवर बोलण्यात थोडा वेळ गेला. मला कसली तरी गडबड ऐकू आली; मी धावत गॅलरीत आले, मला तुटलेला झोका दिसला, बाळ दिसला नाही. ते पाहून माझी शुद्धच हरपली. शुद्धीवर येताच मी घाबरून इकडे तिकडे पाहिले तोपर्यंत माझं बाळ मला सोडून गेले होते. सासरच्यांनी मला दोषी ठरवले, नवऱ्याने हि खूप मारले. मी पण मला दोषी समजून त्या गॅलरीत बसून रडत होते. सगळे घरातले मला एकटीला सोडून निघून गेले; मी त्या गॅलरीत तशीच बसून होते, किती दिवस मला आठवत नाही, तिथेच माझा अन्न पाण्यावाचून अंत झाला. मला वाटत होते; माझा बाळ मला निरपराध सिद्ध करायला; पुन्हा येईल. यांचा आतीश माझा बाळ आहे. मला तो दिसला, त्याने मला

ओळखले म्हणून मी आनंदी झाले. माझी कोणतीच चूक नव्हती हे त्याने येऊन दाखवून दिले. मला आता अपराधी वाटत नाही. माझ्या बाळ माझ्याकडे परत आला आहे. माझी कोणतीच चूक नव्हती हे सारे नियतीने केले होते. गुरुजी म्हणाले' तुझा मुलगा आता यांचा मुलगा म्हणून जन्माला आला आहे, त्याला त्याचे जीवन जगू दे, तू त्याला भेटली, त्याने तुला निरपराध सिद्ध केले, तू आता मुक्त हो, पुढच्या जन्मी येण्यासाठी गतीला प्राप्त हो, मी तुला मंत्र म्हणत मुक्ती देत आहे'. गुरुजींनी मंत्र म्हणायला सुरुवात केली.' ती म्हणाली मला फक्त एकदा त्याचे लाड करू द्या, त्याला खाऊपिऊ घालून द्या, मग मी आनंदाने तृप्त होऊन जाईन. गुरुजींनी आपल्या हातातली जपमाळ अतिश च्या गळ्यात घातली; त्याला आपल्या आजीच्या मांडीवर ठेवले, त्यांनी त्याला प्रेमाने जवळ घेतले, त्याचे पटापट मुके घेतले, त्याला खाऊ पिऊ घातले. आणि ती आकृती गॅलरीतून बाहेरच्या दिशेने निघून गेली. त्या शक्ती पासून घर मुक्त झाले होते. निर्मला बाईंनी आपल्या नातवाच्या वरून बला गेली म्हणून प्रेमाने डोक्यावर हात फिरवला. तूळस पुन्हा टवटवीत झाली, हिरवीगार दिसू लागली. ४०७ शाप मुक्त झाला. सगळ्यांनी गुरुजींचे आभार मानले.

2

पुनर्जन्म

१४ वर्षांची ईशानी इतर मुली सारखी वागत नव्हती. तिला मासिक पाळी सुरू झाली. मुलांपासून खूप दूर दूर राहू लागली, तेव्हापासून ती घाबरलेली आणि बावरलेली राहू लागली, दिसू लागली, वागू लागली. तिचे सारखे डोके दुखत होते. सर्व उपचार झाले काहीही फरक पडत नव्हता. शेवटी मानसिक तज्ञांची भेट घेऊन पाहू असे म्हणत त्यांची अपॉइंटमेंट घेतली. आज त्यांच्याकडे जायचे होते. त्यांनी सगळी तिच्याविषयी हिस्ट्री विचारली; नंतर काचेच्या केबिनमध्ये तिला एकटीला घेऊन प्रश्न विचारले. प्रश्न विचारल्यानंतर त्यांनी आम्हाला केबिनमध्ये बोलावणे आणि सांगितले. आपल्याला कमीत कमी पाच संमोहनाचे का उपचार करावे लागतील. एक दिवसा आड तिला आठवडाभर घेऊन यावे लागेल. त्यामध्ये आपण तिच्या गेल्या जन्मापर्यंत पोहोचून सर्व जाणून घेणार आहोत. तिथे तिच्या डोकेदुखी विषयी आणि बदलल्या वागण्या विषयी माहिती मिळू शकेल. संमोहनात तिला विचारलेल्या प्रश्नांना मुळे तिच्या चेहऱ्यावर क्षणा क्षणा बदलणारे भाव पाहिले; जे ईशानी सांगत होती त्यावरून तिच्या आतापर्यंत च्या वागण्याचे कोडे उलगडत गेले. पाच संमोहन उपचारादरम्यान माहिती अशी होती. एका आदिवासी होती; चंद्रपूरच्या एका आदिवासी गावात राहत होती. चंद्रपूरच्या शाळेजवळ जंगलातील रान मेवा विकत होती. तिला त्या शाळेत शिकायचे होते घरची

परिस्थिती तिला तसेच करायला देत नव्हती. अवघ्या बाराव्या वर्षी तिला पैसे कमवावे लागत होते. घरात म्हातारे आजी आजोबा होते. आज्जीला दिसत नव्हते, आजोबा जमेल तसे गावात काम करीत पैसे आणत होते. जंगलातील रानमेवा यावरच त्यांचे दिवस जात होते.

पहाटे उठून रानमेवा गोळा करून या शाळेत आणून विकत होती. दुपारनंतर घरी जाऊन ते पैसे आजोबांना देत होती. हाच तिचा दिनक्रम होता. शाळेतल्या मुलींचे सारखे तिला पण सारे हवे होते. काही कार्यक्रमा दिवशी शाळेतल्या मुली रंगीत कपडे आणि छान छान स जायच्या तिला तसे सजावे से वाटायचे; तिच्याकडे तसे काहीच नव्हते. शाळेच्या मोठ्या वर्गातील उनाड मुले तिच्याकडून बराच रानमेवा खरेदी करायची. त्यातल्या अनिलला जरा जास्त तिचा कळवळा यायचा रान मेवा सोबत ती त्या मुलांना जंगलातल्या, डोंगरावरच्या र् गोष्टी सांगायची, गमती जमती सांगायची. त्यांच्या मनात कुतूहल निर्माण झाले; त्यांना वाटू लागले आपण हे स्वतः पाहावे आणि अनुभव घ्यावा. त्यांनी निमकी ला तसेच सांगितले. निमकी कडून ते रोज रानमेवा घेत . त्यामुळे ती पण तयार झाली. सुट्टीच्या दिवशी चौघे मित्र अनिल , राजू, संदीप, गणेश एकत्र जमले. त्याने जंगलात जायची तयारी केली; सोबत खाण्यापिण्याचे सामान घेतले, घरातून वडिलांच्या सायकली मिळवल्या आणि ते निघाले. द तिने बोलवल या ठिकाणी पोहोचले. ति त्यांची वाट पाहत होती. निमकी ने त्यांना डोंगरावर च्या शिखरावर चे देवीचे मंदिर दाखवले. जुन्या काळातले दगडात कोरून बांधलेले मंदिर; छान प्रशस्त होते. आसपास दाट झाडी होती, नीरव शांतता होती, तिथे गेल्यावर खरोखर त्यांना खूप छान वाटले. मोकळ्या वातावरणात फिरल्यानंतर सोबत आणलेले खाण्याचे पदार्थ त्यांनी खाल्ले. ते पदार्थ नेमकी प्रथमच खात होती. तिला ते खूपच आवडले. संध्याकाळपर्यंत डोंगरावर फिरून ते चौघे माघारी फिरले. पुन्हा आपण दुसऱ्या ठिकाणी जाऊ; असे म्हणत ते फिरत होते.

त्यांच्यात आता चांगली मैत्री झाली होती. अनिल नेहमी तिच्यासाठी नेल पॉलिश, क्लिप, पावडर, लिपस्टिक असे काही काही तिला आणून देत होता. त्यावरून त्याचे मित्र त्याची मस्करी करत होते. मस्करी

चे रूपांतर हळूहळू खरे पणात होऊ लागले होते. अनिल ला निमकी आपलीच असे वाटायला लागले. निमकी च्या मनात तसे काहीच नव्हते. चौघेही तिला सारखेच वाटायचे. त्यांच्याबरोबर एक सारखेच वागायची; संदीप ला तिच्याबद्दल कौतुक वाटायचे, राजुला ती आपली छोटी गोड मैत्रीण वाटायची. गणेश ला मात्र तिच्यातले रानटी सौंदर्य खुणावत होते . त्याच्या मनात वेगळ्याच भावना होत्या. अनिल चाही मनात त्याने तसे भरवायला सुरुवात केली.

असेच फिरायला गेलेले असताना त्यांनी विशेष तयारी केली होती. बियर चे कॅन सोबत आणले होते. संदीप ला आणि राजुला काही कारणास्तव आपल्याबरोबर आणले नव्हते. निमकी ला त्यांनी काहीतरी वेगळेच सांगितले. त्या डोंगरापाशी मंदिरात आल्यावर त्यांनी खाऊन-पिऊन बियर पिली; निमकी लाहि पाजली. दोघांनी तिला तर केले, खाली झिंगून झोपली. असे तिच्यासोबत शारीरिक चाळे सुरू केले. नशेमध्ये होती; अनिल ला ते पटले नाही, त्याला माझ्याशिवाय कोणी हात लावायचा नाही, ती फक्त माझीच आहे, मी तिला हात लावणार. तू बाजूला हो; असे म्हणत गणेशला त्याने ढकलून दिले . गणेश ला राग आला तो म्हणाला' सगळी तयारी मी केली आणि हा आला हक्क सांगायला, ती मला हवी आहे. त्याने आणला खूप मारले आणि जोरात ढकलून दिले तो एका खड्ड्यात पडला. तिला थोडे थोडे जाणवू लागलेम उठून उभी राहण्याचा प्रयत्न करीत होती. तिला आपल्या सोबत काहीतरी घडणार आहे असे वाटू लागले, ती घरी जायला धडपडू लागली. जमेल तसं उठून ती तिथून निघाली; इथून लवकर निघून जावे असे तिचे मन तीला सांगत होते. ती रांगतच निघाली दूर जायला पहात होती. वातावरणाला त्याची चाहूल लागली, वाऱ्याने मंदिरातील घंटा जोर जोरात वाजू लागली. धूळ उडू लागली, वाऱ्याचा विचित्र आवाज येऊ लागला. नियतीला हे मान्य नव्हते. गणेश डोळ्यात माती उडाली; त्याला काही दिसत नव्हते. तिला शोधत तो तिच्या मागोमाग आला. तिला मागून धक्का मारीत त्याने खाली पाडले, अचानक बसलेल्या धक्क्याने कपाळावर तोल जाऊन पडली, तिचे कपाळ मोठ्या दगडावर आदळले. फुटलेल्या कपाळातून भळाभळा रक्त वाहू लागले. चेहरा रक्ताने भरला.

अंगावर काही पडल्यासारखे वाटले; शरीरातून खालच्या भागातून असंख्य कळा येऊ लागल्या. अनिल में गणेश ला निमकी च्या अंगावर पाहिले, त्याचा भयंकर संताप झाला. त्याने सर्व शक्तीनिशी गणेश ला उचलून फेकले. गणेशला फेकताना अनिल चा तोल गेला तो खाली पडत असल्याचं त्याला जाणवलं. गणेश कुठेतरी पडला. निमकी; आपण अंधारात जात असल्यासारखे तिला वाटत होते. खूप खूप अंधार दिसला आणि हळूहळू ती उजेडात आली. परत अंधारात गेली किती वेळ झाला तिला कळलं नाही. पुन्हा ती प्रकाशात होती तो प्रकाश या जन्माचा होता. संमोहन करून तिची डोकेदुखी पूर्ण बरी झाली. त्या डॉक्टरने तिला पूर्ण बरे केले तिच्या जखमा भरल्या गेल्या. तिच्या मनाला त्याने आनंदी राहण्याचा आदेश दिला. तिला आता कुठलाच त्रास जाणवत नव्हता आनंदी राहू लागली.

3

सर्वे

आरती सकाळी अकरा वाजल्यापासून जनगणनेचे काम करीत होती. शेवटचा टप्पा चालू होता. समोरची कॉलनी झाली की सोमवारी सगळी माहिती ऑफिसरला दिली; की सुटलो बुवा. गेल्या महिनाभर उन्हातानात ती फिरुन कंटाळली होती, मन थकलं होतं. आता चहा मिळाला असता तर जरा तरतरी आली असती; विचारात ती एका कॉलनी मध्ये आली. वाडिया कॉलनी होती. ती सर्वात जुनी कॉलनी, इंग्रजांच्या काळातील, कॉलनीतील पडझड झाली होती, इंग्रज या कॉलनीत राहिले होते. आता सरकारी ऑफिसर राहत. कॉलनी बद्दल बऱ्याच अफवा पसरल्या होत्या ;आरतीला त्याच्याशी काही घेणे देणे नव्हतं. तेथील जनगणना करून माहिती गोळा करायची होती इतकच. ऑफिसर, पोलीस अधिकारी असले तरी कोणत्या बंगल्यांमध्ये राहतात; ते माहित करून लिहायचे होते. बरेच बंगले बंद होते. बाजूच्या अंगाला दोन मजली चाळ होती; कामगारांसाठी बांधलेली असावी. आधी ती चाळीस गेली; पहिला मजला केला, तळमजल्यावरील शेवटच्या खोलीजवळ ती उभी होती. तिथूनच वरती जायला जिना होता. शेवटच्या खोलीच्या बाहेर चपला तिला दिसत होत्या. चपला बऱ्याच होत्या पण आतून काहीच आवाज येत नव्हता. इतक्या चपला पाहून तिला वाटले आज काही कार्यक्रम असेल; मग आवाज कसा येत नाही. तिने दोनदा दरवाजा वाजवला, आवाजही दिला. घरातून काहीच हालचाल दिसली नाही.

कोणीतरी तिच्या हातात चहाचा कप ठेवला. तिने चमकून पाहिले; मला चहा हवा आहे, हे या घरातील व्यक्तीला कसे कळाले. एक मुलगी समोर आली म्हणाली' ताई चहा घ्या खूप थकलेल्या दिसत आहात. माझ्या आईने माझ्यासाठी हा कप भरला होता पण माझ्यापेक्षा तुम्हाला त्याची अधिक गरज आहे असं मला वाटते. तर तुम्ही घ्या' तिनेही काही विचार न करता तो चहा घेतला त्या मुलीला विचारणार होती इतक्या चपला तुमच्या घराबाहेर का आहेत? मुलगी नव्हती कप घ्यायला तिने पुन्हा तिला आवाज दिला, परत कुणी आले नाही. तो कप तिने खिडकी ठेवला आणि वळून जायला निघाली. वळताना तिची चप्पल तुटली; गेल्या महिनाभर ती ही चप्पल वापरत होती मगाशी तुटली होती, त्यावेळी तिने त्याला सेफ्टी पिन लावली होती ती पण तुटली, आता काय करायचे; तिचे लक्ष बाहेर ठेवलेल्या चपला वर गेले. वैतागली नेमकं हिला तुटायचे होते, चप्पल आरामशीर होती .चहाच मनात आल्यावर चहा मिळाला होता; आता चप्पल मिळाली तर बरे होईल असा विचार येता मुलगी उभी दिसली. समोर मुलीला पाहून तिला जरा विचित्र वाटले; मनात विचार आल्या आल्या ही कशी आली. तिने त्या मुलीला चपला विषयी विचारले आणि थोड्या वेळा करता मला एक जोड वापरायला मिळेल का? माझी चप्पल तुटली आहे. त्या मुलीने या चपला मधून कोणतेही घ्या असे सांगितले. खाली चप्पल घ्यायला वाकली; तिचे लक्ष एका चपलेच्या जोडीवर खेळले, त्या जोडीचे तिला आकर्षण झाले. तशी ती दिसायला फार आकर्षक होती; ही जोड सोनेरी, रंगाची निळसर मोरपंखी बेल्टवर नाजूक नक्षी, त्यावर लावलेले खडे चमकत, त्यावरील मीनाकारी अप्रतिम होती. कोणीही पाहिल्यास त्याला तिचे आकर्षण होईल अशी होती. तिने त्या आपल्या पायात सरकवल्या वळून पाहता ही मुलगी दिसली नाही. तिने आपली चप्पल एका प्लॅस्टिकच्या बॅगेत ठेवली आणि कॉलनी कडे वळली. आठ-दहा बंगले करून थांबली होती; शेवटचे दोन बंगले शिल्लक होते. त्या बंगल्या पाशी जायला गार्डन ला वळसा घालून जावे लागणार होते, रस्त्याच्या पलीकडे ते होते. चालत त्या बंगल्याच्या गेटपाशी थांबली; खिडकीत कोणीतरी असल्यासारखे वाटले. रस्त्यावर कोणीच नव्हते. पाच वाजत आले होते, मुले घरी वाट

पाहत होती. बंगल्याच्या गेट वरील पाठी वाचायला लागली; तिला अंधुक दिसु लागले ती मनात म्हणाली चष्मा असता तर बरे झाले असते.' चष्मा 'पण मला कुठेच चष्मा लागला आहे; मी हे काय विचार करते आहे. मनामध्ये युद्‌ध सुरू झाले. तिचे लक्ष तिच्या पायावर गेले तिचे पाय जाड, शिर फुगलेल्या दिसल्या. म्हातारे पाय; घाईघाईने हात पाहिले हात पण तसे म्हातारे, शरीरावर नजर टाकतात तिला धक्का बसला तिच्या अंगात पंजाबी ड्रेस नव्हता, गुडघ्यावर असलेला फ्रॉक होता, हातात काठी होती, डोळ्यावर चष्मा होता. इंग्रज बाई दिसत होती. ती घाबरली; मी अशी का दिसत आहे, माझे रूप कसे पालटले. जागेमध्ये काहीतरी आहे या इथून लवकर निघून जावे असं तिला तिचं मन सांगत होते. मुलगी तिला त्या दारात दिसली; ती म्हणाली' इथून निघून जा' खिडकीमध्ये एक म्हातारी तिला बोलवत होती. तिचा पाय तिथे चिटकून बसला होता जागजी हलू शकत नव्हती. वातावरणात बदल होऊ लागला, झाडे जोरात हलू लागली, पक्षी मोठ्याने ओरडू लागले, अंधारल्या सारखे ढग आले. तिच्या मनात मुलांची आठवण तीव्र झाली. पूजेसाठी आणलेला दुर्वा पिशवी होता, देवाची फुले होती. तिने पिशवीत हात घातला असता तिच्या हाताला ती पुढे आली. तिचा पाय हलू लागला वळून ती मागे धावत सुटली; धावता-धावता पायातल्या चपला भिरकावून दिल्या. दमून बागेतल्या बेंचवर बसली स्वतःकडे पाहिले आता तिच्या अंगावर तिचे कपडे होते. वातावरण नॉर्मल होते. साडेपाच वाजले होते; फक्त दहा मिनिटाचा खेळ. तिने गणपतीचे आभार मानले, मनोमन हात जोडले. देवाची कृपा म्हणून ती त्या फाटकातून आत गेली नाही. ती मुलगी त्या घरात अडकली होती, तिला सोडवायला कोणीतरी हवे होते, तरीही तिने मला वाचवले. तिला कळून चुकले त्या दाराबाहेर इतक्या चपला का आहेत. फाटकावर पाटी होती; ' रॉजर पिटर'- उरलेला सर्वे करण्याची तिची किंमत झाली नाही. तशीच अनवाणी ती चालत त्या कॉलनी पासून दूर आली.

4

अतृप्त

लातूरचे गजा आणि नाऱ्या शहरात काम शोधायला आले होते. शहराने त्यांना उपाशी ठेवले नाही. नारायण प्लंबिंग चे काम करायचा; वाढत्या शहरीकरणामुळे त्याच्या हाताला भरपूर काम होते. त्याने गजाला आपल्या सोबत ठेवले होते. दोघे मिळून छोटे-छोटे ठेके घेत काम करून पैसा कमवत होते. दोघांच्या मुली आता दहावीच्या वर्षाला होत्या; अकरावीला कॉलेजला जायची तयारी करायची होती. पैसा जरी मिळत असला तरी; गजाला दारूचे व्यसन खूप होते. त्याची बरीच कमाई खर्ची व्हायची. त्यामुळे घरात सतत भांडणे व्हायची, त्यांच्या मुलांवर त्याचा परिणाम होऊ लागलेला. रोजच्या कटकटीमुळे मुलगा मित्रांसमवेत वेळ घालवायचा. त्याला घर नकोसे वाटेल ,मुलीलाही तसंच वाटत होतं. मंजिरी, रेश्मा दहावी पास झाल्यावर; दोघी एकाच कॉलेजात जाऊ लागल्या. मंजिरी कडे सर्व काही आधीच यायचे, रेश्माला ते रडून-रडून मिळायचे. नाऱ्या गजाला खूप समजावत होता; त्याच्यावर त्याचा काहीच उपयोग झाला नाही. कधीकधी तो कामावर पण दारू पिऊन यायचा. त्यामुळे ना राशी त्याचे वाद व्हायचे; परिणामी त्याचे काम कमी होऊ लागले. घरी रोजची कटकट वाढली, मुलगा काम शोधू लागला, शाळा सुटल्यावर तो एका दुकानात काम करीत होता. गजा ची बायको चार घरची धुणीभांडी करू लागली. त्यावर घर भाडे भागत होते, घर कामांमुळे त्यांची जुने कपडे मुलांना मिळत होते, थोडं अन्नही मिळायचे

त्यावर घर चालवत होते, त्यातल्या त्यात चांगले कपडे असल्यास रेश्मा कॉलेजला घालून जात असे, तिला ते आवडत नव्हते; त्यांचा नाईलाज होता, तिला त्या सर्वांची लाज वाटत होती. लवकर शिकून नोकरी करून आपली परिस्थिती बदलावी असे तिला वाटत होत. कॉलेजचा खर्च करण्यासाठी एका झेरॉक्सच्या दुकानात तिने काम सुरू केले, दुकानात तिला अभ्यास करता येत होता. दुकानाचे मालक चांगले होते. कामांमुळे सध्यातरी सर्वे बरे होते, दोन्ही मुलं जमेल तसे घराला आधार देत होते. गजाला सर्व कळत होते पण वळत नव्हते. बस स्टॉप वर कायम गर्दी असायची. रोजच्या बसला नेहमी एक मुलगा तिच्यासोबत बसमध्ये बसायचा; त्याचा स्टॉप बहुतेक तिच्यानंतर होता. त्यांची रोजची नजरानजर व्हायची. चार घरची धुणीभांडी करून तिची आई थकून जायची. रेश्मा ला पण यायला उशीर व्हायचा; दुकान बंद झाल्याशिवाय मुलं घरी येऊ शकत नव्हती. त्यामुळे घरचा पण स्वयंपाक पाणी आई वरच पडत होता; मला त्याचे फार वाईट वाटत होते. हे वर्ष सरलं अभ्यासाचा ताण वाढला. घरातील परिस्थिती तीच होती. तिच्या आईचं कामावर जाणं कमी झालं तिला अशक्तपणा आला होता, सारखी आजारी पडू लागली. एक-दोनदा गजा पण आजारी पडला. सदाचे हे दहावीचे वर्ष होते, रेशमाचे बारावीचे होते. दोघही पास होण्यासाठी मेहनत करीत होते; परिक्षा झाल्यावर रिझल्ट ची वाट पाहत होते. पावसाळा सुरू झालेला. कॉलेज शाळा बंद असेपर्यंत पूर्णवेळ दुकानाचं काम करावे तेवढीच पुढची तयारी करता येईल. दोघेही मन लावून काम करीत होते, त्यांचे मालक त्यांच्या कामावर खूष होते. कॉलेज नसले तरी त्याच बसने रेश्मा आता दुकानात जात होती; दुकानाची साफ सफाई करून दुकान उघडून रात्रीपर्यंत ती थकून जायची. भुकेला वडापाव खात असायची. त्याच बस स्टॉप वर रोज भेटणारा मुलगा रात्री पण भेटायला लागला. एकाच बसचे प्रवासी हळूहळू ओळख वाढली, मैत्री वाढली, सुखदुःखाची देवाण-घेवाण सुरू झाली. दुखऱ्या मनावर फुंकर घालणारा कोणीतरी रेश्माला भेटला. कधीकधी तो तिला छोटे-मोठे गिफ्ट देऊ लागला. असेच दिवस गेले रिझल्ट लागला. रेश्मा एकाच कॉलेजात जाऊ लागले त्यांच्या कपड्यांची नवीन खरेदी झाली सर्व

खरेदी करून ते घरी आले. आई अंगावर घेऊन झोपली होती रेश्माने पाहिले ती बेशुद्ध झालेली; तसाच रात्री दवाखाना घातला का वेळ झाली आहे असे निदान झाले एडमिट करावं लागलं. पथ्यपाणी सुरू झालं, औषधांवर खर्च होऊ लागला, दुकानातून अंगावर उसने पैसे घेतले. आई घरी आली; तिला आता आरामाची गरज होती .तिथे काम करणे थांबले, घरची ओढाताण सुरू झाली, शिल्लक संपून उधारी वाढली, अंगावर घेतलेला पैसा परत करायचा होता, घरातला खर्चही वाढला. स्टॉप ला भेटलेल्या मित्राला रेश्माला भेटता येईना सोबत भाऊ असायचा. तिला त्याला भेटायची इच्छा होती.

सकाळी नेहमीप्रमाणे सदा आणि रेश्मा कॉलेज वरून दुकानात आले. लागलीच रामचरण तिच्या दुकानात आला; तिला काही कारण देऊन चल म्हणाला. आई आजारी असल्याचे सांगत त्याच्याबरोबर निघून आली; बऱ्याच दिवसांनी भेट झाली, थोडे खाणे पिणे झाले, थोडं निवांत बोलू हणून तो तिला एका निर्जन घेऊन आला, त्याला ती जागा आधीच माहित होती. दूरवर थोड्या उंचीवर एक मंदिर दिसत होते, त्याच्या थोड्या अंतरावर नदी वाहत होती, नजरेत गाड्या जाताना दिसत होत्या, त्या ठिकाणी बाभळीचे काटेरी जाळी होती, ती फार दाट होती, स्वच्छ करून इथे बसून म्हणाला. तिला जरा ते वेगळे वाटले, त्याने तिला सांगितले तुला माझ्याबरोबर कोणी पाहिले तर तुझी बदनामी होईल, म्हणून मी तुला इथे घेऊन आलो, इथे आपल्याला निवांत बोलता येईल. इथे आपण कोणाला दिसणार नाही, तुला काही त्यामुळे त्रास होणार नाही. अशा ठिकाणी आणल्यामुळे ती थोडी नाराज झाली; त्याने तिची समजूत काढली. दोघेही गप्पा मारत बसले. हळूहळू त्याने तिचा हात हातात घेतला, हळूहळू खांद्यावर कधी मांडीवर हात ठेवत होता. कधीकधी गालाला हात लावीत होता. एवढे मनावर घेतले नाही; हळूहळू त्याचा नको तिथे स्पर्श होऊ लागला. तरीही तिने सोडून दिले त्याला वाटले तिला हे सारे आवडत आहे. तिचा स्पर्श करायला होकार आहे. असे वाटून तो थोडा आक्रमक झाला; त्याने जबरदस्तीने तिला आपल्या मिठीत घेतले, तिच्या ओठांचा ताबा घेत तिला जवळ ओढले, थोडी जबरदस्ती करीत तो तिच्यावर हावी झाला. तिला पण थोडे नको थोडे

हवे असे वाटत होते, त्याच्या मिठीत आश्वस्त होत विरघळली, दोघांच्या भावनांचा पूर ओसरला. दोघेही घर आले. आता तो नेहमी तिला तिथे बोलावू लागला. हो ना करीत ती पण तिथे जाऊ लागली यास फक्त शारीरिक आकर्षण होते आणि नव्या सुखाची ओढ होती. काही काही दिवसांनी तिला भीती वाटू लागली मला यातून काही झाले; तर तो म्हणाला इतक्या ने काही होत नाही आणि काही झाले तर मी आहे ना. असे म्हणत तो समजावत राहिला. आता लग्नासाठी हट्ट करू लागली त्याला इतक्यात लग्न नको होते. लग्नाची जबाबदारी नको होती किंवा तिच्याशी लग्न करायचे नव्हते. मध्येच पंधरा दिवस तो गायब झाला. पुन्हा आला तेव्हा त्याच्या गळ्यात सोन्याची चैन होती, हातात ब्रेसलेट होते, बोटास दोन अंगठ्या होत्या. हे सारे पाहून तिने त्याला प्रश्न केला हे सोने तुला कोणी दिले? पंधरा दिवस तू कुठे होतास? मला का नाही सांगितले ? खुप खोदून खोदून ती त्याला विचारत होती; त्याने तिला काहीतरी खोटं-खोटं सांगितले, दिशाभूल केली. यानंतर तिच्या मनात भीतीने घर केले. कॉलेजचे शेवटचे वर्ष होते. परीक्षा संपली की; घरी सर्व सांगण्याच्या तयारीत होती, त्याच्यात ती गुंतली होती, तिचे त्याच्यावर मनापासून प्रेम जडले होते. भेटल्यावर तिने त्याला तसे सर्व सांगितले. राम ला कल्पना दिल्यामुळे; आता तो तिला टाळत होता. पंधरा दिवसात तू लग्न करून आलेला होता. रेश्मा त्याच्यासाठी टाईमपास होती. तिच्या परिस्थितीचा त्याने फायदा करून घेतला, त्याने तिला आपल्या सुखासाठी जाळ्यात ओढले होते. त्याची मजा करून झाली होती, आता ती फक्त अडचण होती. तिला पण ते जाणवू लागलेले; तिने त्याच्या मागे लग्नाचा तगादा लावला होता. नोकरी करून सर्व पैसे तुझ्या हवाली करीन, असे सांगून अमिष पण दाखवले अजून काही पण करण्याची तयारी दर्शवली. तरी तो तिला थांब म्हणत होता; आधी आपण घर घेऊ, मग लग्न करू असं म्हणून टाळत होता. तिला शंका आली. तिने त्या ठिकाणी बोलावले असता त्यांच्याशी या विषयावर वाद घातला. तिने हा विषय आता संपवू म्हणत लग्न करण्याचे वचन दे म्हणाली. तिला आज संपवायचे असे वचन त्यांनी स्वतःला दिले होते. त्या झाडीमध्ये तिला कायमचे शांत करीत; सर्व पुरावे नष्ट करीत, तो

शांतपणे तिथून निघून गावी गेला. रेश्मा घरी न आल्याने पोलिसात तिची हरवल्याची कंप्लेंट दिली, पोलीस तिला शोधत होते. दोन दिवसांनी एका जोडप्याला त्या झाडीमध्ये तिचा मृतदेह सापडला; त्यांनी पोलिसांना कळवले. सर्व सोपस्कार पार पडले. खून करणाऱ्याचा पत्ता लागला नाही; ती मात्र लोकांना दिसू लागली, लोकांकडे खायला मागू लागली, घरी सोडायला सांगू लागली, लोकांना दिसल्या दिसल्या लोक पळू लागले, तिथे येणाऱ्या जाणाऱ्यांना ती दिसायची. तो परिसर भयान वाटू लागला, भुताटकी ने ग्रासला. तिला आपल्या इच्छा पूर्ण करायच्या होत्या ; अशा ती पूर्ण करीत होती. तिचा आत्मा अतृप्त होता.

5
अकल्पित

मी व माझे सर्व फॅमिली आमची छोटीशी आठ महिन्याची नात सोडून त्या महामारी चे शिकार झालो होतो. त्याला हरवून आम्ही पूर्ण बरे झालो. थोडा शारीरिक त्रास जाणवत होता. म्हणून आम्ही घरीच राहून आराम करीत होतो. बाहेर जाणे आधी बंद होत जे काय बोलणं बोलायचे ते फोन वरच व्हायचे, पाहणे देखील फोनवरच होत, व्हिडिओ कॉल करीत होतो. सगळ्यांची हालहवाल फोनवरच कळत होती. सर्व ठीक होते. माझ्या घरात बऱ्याच जणांना करुणा झाला; सगळे जण त्याला हरवून परतले, बरे झाले.

मुलीच्या सासू-सासऱ्यांना पण त्या महामारी ने गाठले .आम्हाला सगळ्यांना वाटले जसे आम्ही त्याला हरवून, बरे होऊन परत आलो, तसे हे देखील पुन्हा घरी येतील. चांगल्या दवाखान्यात दाखल केले होते. उपचारही चांगलेच होत होते. तिच्या सासूबाई बऱ्या होऊन घरी परतल्या; सासऱ्यांचा रिपोर्ट देखील निगेटिव्ह आला. सगळ्यांना हायसे वाटले. उद्या त्यांना घरी सोडणार होते; त्या रात्री त्यांना श्वसनाचा त्रास झाला, ऑक्सीजन लावले एक दिवस कसा गेला कोणताही फरक पडला नाही, त्यामुळे त्यांना व्हेंटिलेटरवर ठेवावे लागले. त्यांचे डोळे बंद होते, त्यांची फुफ्फुसे साठ टक्के डॅमेज झाले, ते डोळे त्यांनी पुन्हा उघडले नाही. डॉक्टरांनी सगळ्यांना भेटायला बोलावले; परदेशी असलेला मुलगा त्यांना भेटू शकला नाही. त्याला भेटण्याची आस त्यांच्या मनात होती.

त्यादिवशी दिवाळीची अमावस्या होती; मुलीने लक्ष्मीची पूजा मांडली होती. डॉक्टरांनी तसे सांगितल्यावर तिने सासऱ्यांना म् मन विनंती केली, माझी पूजा सोडवू द्या, मग तुम्ही पाहिजे तर जा. त्यांनी तिची प्रार्थना ऐकली. अमावस्या झाल्यानंतर त्यांनी जीव सोडला. त्यांचा माझ्या मुलीवर आपल्या मुली इतकाच जीव होता. तिला भेटण्याची त्यांची शेवटची इच्छा असावी. अमावस्या साठी लावलेला रात्रीचा दिवा आमच्या घरीही जळत होता. सकाळी मी चहा करीत असताना माझी नजर त्या दिव्यावर गेली; त्या दिव्याची ज्योत अचानक विस्तारलेली दिसली आणि त्यात एक आकृती दिसली, आकृती बाळ रुपी फ्रॉक घातलेले दिसले त्या आकृतीचा हात कोणाच्या तरी हातात असल्यासारखे दिसत होते आकृती निघून गेली. ती आकृती मला क्षणभर दिसली. मुलीचा सासरा गेल्या चा फोन आला; मी समजून गेले. असे भास मला कायम होतात. या जन्मातून ते पुढच्या जन्मी साठी मुलीच्या रुपात गेले; असा त्याचा अर्थ होता.

त्या आकृतीने पंधरा दिवसापूर्वी मला दुसऱ्या आकृतीची आठवण करून दिली; वाऱ्याने दरवाजा आपटू नये म्हणून मी एक मातीची कुंडी दरवाजाला लावून ठेवली होती. त्यातली माती खाली सांडली होती. ती माती पूर्ण भरली होती. दरवाजाच्या फटीमध्ये राहिली असेल; दोन तासाने बोटाच्या सहाय्याने काढलेली एक आकृती दिसली; आकृती मागे हात कोणालातरी हाताला धरलेल्या सारखे होते. मला आश्चर्य वाटले, माती इतकी इथे राहिली नव्हती. मी घरात सगळ्यांना विचारले कोणाला त्याबद्दल माहित नव्हते. ती आकृती कोणी काढली आणि तिथे एवढी माती कुठून आली. हे मला समजले नाही. आत्ता त्या आकृतीची आठवण झाली. अंत्यविधी इथे झाला. बाकीचे विधी पंढरपुरात करायचे त्यांनी ठरवले. विधी च्या दिवशी कावळा पिंडाला शिवला नाही तिच्या सासूला फार वाईट वाटत होते राहून राहून तिला त्यांची च्या इच्छा राहिल्याचे वाटत होते. व्हिडिओ कॉल वर मुलाला सारे विधी दाखवत होते. हो तो येऊ शकला नव्हता. ते लोक तसेच परतले. कावळा पिंडाला शिवला नाही याचे दुःख मनात ठेवून तिची सासू गाडीत बसली होती; तिचा डोळा लागला तिला स्वप्नासारखे वाटले नवरा मोठ्या मुलाच्या घरी गेला

आहे त्याला भेटायला. म्हणाली एकटे का गेला मला त्याच्या घरी का नाही नेले; मला का नाही घेऊन गेले त्याच्या घरी. ती एकदम भानावर आली आणि असंच बडबडत होती. छोट्या मुलाने मोठ्या भावाला फोन करून सारे सांगितले. त्याच्या मनाला रुखरुख लागली. मुलीने मला फोन केला; आम्ही काय करू शकतो का? मी तिला सांगितले थोडे दही भात घेऊन बाहेर ठेवा त्याच्या भोवती पाणी फिरवून त्यांना प्रार्थना करा. आणि पुढच्या गतीला जाण्याची विनंती करा. त्यांनी तसेच केले; घरात येऊन उभे राहिले असता पाच-सहा कावळे आले, त्यातील एकाने फक्त दही भात खाल्ला दाराकडे पाहिले आणि उडून गेला. ते पाहून जावयांच्या मनाला समाधान वाटले. आपण काहीतरी केले असे वाटून त्यांच्या मनाला बरे वाटले. मी मुलीला फोन केला. आम्ही असे केले म्हणून सांगितले आणि अजून एक सांगितले ती बोलली; आम्ही मॉल मधून येताना गाडी मध्ये मागच्या सीटवर कुणीतरी बसल्याचा सिग्नल लागत होता, मागच्या सीटवर कुणीही बसले नव्हते. आणि कसला तरी जळका ताज्या राखेतून आल्या सारखा वास येत होता. तिने मोबाईल मध्ये रेकॉर्डिंग केले, मागच्या बाजूला मोबाईल मध्ये लाईट ब्लींक होत होती. उघड्या डोळ्यांनी पाहिले असता तसेच दिसत नव्हते; तिने दोन तीन वेळा तसे पाहिले, तिने नवऱ्याला विचारले तुझी गाडी नवीन आहे मग असे सिग्नल कसे लागत आहे. त्यांचे संभाषण चालू होते; तिच्या मनात विचार आला सासरे तर आले नाही ना भेटायला? आम्हाला भेटायची त्यांची शेवटची इच्छा असेल, आम्ही पोहोचू शकलो नाही म्हणून त्यांचा आत्मा आम्हाला पाहायला, भेटायला आला असेल कदाचित. मागच्या सीटवर असतील म्हणून अशी सिग्नल मिळत आहे, तेवढ्यात सिग्नल बंद झाली. घरी आल्यावर तिने मला विचारले होते आणि मी तिला दहीभात ठेवायला सांगितला होता. सिग्नल जातात तो वासही गेला होता यावरून काय समजायचे ते खरेच आले होते की नाही; की यांचा गैरसमज होता. कावळ्याने दहीभात खाल्ला असे फोन करून त्यांनी आईला सांगितले; तिला ही बरे वाटले ती म्हणाली मला तुझ्या बाबांनी दृष्टांत दिला होता, त्यांनी मला सांगितले मी तुझ्या घरी जाऊन आलो मी त्यांना म्हणाले देखील मला का नाही घेऊन गेले एकटेच का गेलात.

मुलाने आपल्या आईला गाडीत घडलेला प्रसंग सांगितला तो ऐकून सगळ्यांना खात्री वाटली की बाबा तिथे जाऊन आले; आता त्यांच्या आत्म्याला शांती मिळाली. त्यांना भेटण्याची इच्छा त्यांना तिथे घेऊन गेली भेटून झाल्यावर त्यांनी गती प्राप्त केली असावी. हे सारे सत्य होते. डोळ्यासमोर घडलेले मी अंधविश्वास नाही, मला कोणत्याच अफवा पसरायला आवडत नाही. इथे फक्त आमचा अनुभव कथन केला. काय खरे का खोटे देवाला माहित.

6

शाप

नामदेवाच्या घरातून काशीबाई बोंबलत पारावर धावली. पारावर अण्णा आणि दाजीकाका बोलत बसले होते; दोघे शेजारी रोज तिथे बोलत बसायचे. घराच्या नजरेत पार होता. घरात मोठ्याने बोललेल्या पारावर ऐकू यायचे, दाजींची सून आपल्या घरातून बोंबलत आलेले अण्णांनी पाहिले आणि ते दोघे घराकडे धावले. काशीच्या आवाजाने परसदारी गोठ्यात काम करत असलेली रंजना रंजी झाडू टाकून घरात आली. अण्णा माजघरात आपल्या नातीला वाकळ वर झोपलेली. अंगावर एकही कपडा नसलेला परिस्थिती पाहून तिला पटकन कुशीत घेतले; रागाने म्हणत होते कोणाच्या बाच्या अंगात इतकी हिम्मत आली अण्णांच्या नाती वर नजर टाकाया त्याला आता मी जिता सोडत नाही रंजिन अण्णांना शिव्या देताना पाहिले तिने पटकन वनीला कपडे घालत कुशीत घेतले. मघाशी घरात येताना त्यांना कोणी पळाल्यासारखे वाटले काशीच्या बोंबल्या ने शेजारीपाजारी अण्णांच्या घराकडे येऊ लागले. आठवडे बाजाराला गेलेला नाम्या घराबाहेर गर्दी पाहून आतून हादरला. गर्दीतून वाट काढत तो आत शिरला, सर्व कालवा आणि अण्णांच्या शिव्या रंजी चे रडणे सारे पाहून वनी घाबरली; जोर जोरात रडायला लागली. नाम्याने घरात पाऊल ठेवून रंजी विचारले काय झाले तिला तर काहीच माहित नव्हते. ती म्हणाली मी वनी ला माजघरात भाकर देऊन वाकळा वर बसवले होते. अण्णांना तिच्याकडे लक्ष द्यायला सांगितले

होते. मी गोट्यात साफसफाई करायला गेले. काशीच्या आवाजाने धावत आले. त्याने अण्णांना विचारले काय झाले अण्णा वनी का रडते आहे. अण्णा म्हणाले' वनी कडे माझे लक्ष होते. मी समोरच पारावर दाजी शी बोलत होतो. इक्बाल कापूस पिंजत होता ओसरीवर. काशीच्या ओरडण्याने आम्ही घराकडे धावलो. इक्बाल कुठे दिसला नाही, तोच पळत गेला असावा. घरात आलो माजघरात वनी वाकळ वर कपडे नसलेल्या स्थितीत पाहिली आणि छातीशी धरून शिव्या देत होतो. काय झाले मला माहित नाही. काशीला विचारायला पाहिजे. काशीला बोलावले; दाजींची सुन काशी जरा जास्तच होती ती म्हणाली थोडी चहा पावडर मागा आलते, रंजी ला आवाज दिला, माजघरात आले, पाहिले इकबाल वनी चे कापड काढून घालीत होता की काढीत होता नीट नाही पाहिले असं विपरीत पाहिल्याने मी बोंब ठोकत बाहेर आले. अण्णांनी कपाळाला हात मारला; त्यांना काहीच कळायला मार्ग नव्हता.

रंजनाने वनी ला शांत करत हळूहळू विचारले वनी ने सांगितले इक्बाल काका मला म्हणाला काकीला अण्णांनी तुझे कपडे शिवायला सांगितले आहेत तुझा परकर पोलके शिवायचं हाय त्यासाठी तुझं माप घेतो कुठं कुठं तुला चमकी लावायची हाय, ते पण सांग म्हणून तो माझं कपडे कपडे काढत होता आणि माप घ्या लागलेला.' नाम्याचा जीव भांड्यात पडला, काही वाईट झालं नव्हत. थोड्यावेळात आलो नसतो तर अनर्थ ओढवला असता. त्याने देवाचे आभार मानले. काशीच्या बोंबल न्याने गावात बदनामी झाली. सगळेजण म्हणत होते; इक्बाल ने नाम्या ची पोर ना शिवली. अण्णा त्यामुळे गावात फिरत नव्हते, घरात बसून होते त्यांना खूप मनस्ताप झाला. पोलीस कंप्लेंट झाली इक्बाल च्या घरी जाऊन पोलिस आले; तो त्यांना तिथे सापडला नाही तो पळून गावाबाहेरच्या डोंगरावर लपून बसला होता. त्याला तिथून हुडकून पकडले आणि जेलात टाकले. त्याच्यावर केस झाली, अजूनही गुन्हे उघडकीस आले. त्यामुळे वनीला कोर्टात जावे लागत होते. या गोष्टीला दहा वर्षे झाली. वनी ला पाहायला आलेले पाहुणे माघारी जात होते. अण्णांच्या मनाला खंत लागून राहिली. त्यांची जीवनावरची वासनाच उडाली. मी संगीला न्याय नाही देऊ शकलो, माझ्यामुळे वनी पण शिक्षा

भोगत आहे. ते स्वतःला दोष देत होते. आपल्या घरावर अशी संकटे का येतात म्हणून ते अस्वस्थ होते. खोट्या नावासाठी, इज्जती साठी, घराच्या साठी, प्रतिष्ठेसाठी, गावाच्या बोलण्याला घाबरून त्यांनी संगीताचे नुकसान केले होते. संगीताला सासरवाडीत खूप सहन करावे लागत होते, तिचा छळ होत होता. घरी आल्यावर अण्णांना ती रडून-रडून सारे सांगायची ते तिला दरबारी समजावून सांगायचे आणि परत पाठवायचे. तिला तिथे जायचे नव्हते तिचा जीव धोक्यात होता. तिला अजून जगायचे होते. त्यादिवशी तिला खूप मारहाण झाली होती, पोटात दोन दिवस अन्न नव्हते, कशी तरी घरी आली होती दोन दिवस खाऊपिऊ घालून तिला समजावले आणि अण्णांनी तिला परत पाठवले; त्याच दिवशी तिने घरी न जाता गावातली विहीर जवळ केली. अण्णांना तिचा सांगावा, आला, ते खूप रडले, पश्चाताप करू लागले. आता त्याचा काही उपयोग नव्हता.

त्यांच्यामुळेच आता असे झाले असं त्यांना आता वाटत होते. ज्या नावासाठी त्याने संगीला घरात ठेवले नव्हते, ज्या अब्रू साठी त्यांनी तिला समजावून परत पाठवले होते. तेरे नाम ती प्रतिष्ठा, अब्रू धुळीला मिळाले होते. वनीला कोणीही पसंत करत नव्हते; कधी लग्न ठरवून मोडत असे, कधी साखरपुडा होऊन मोडत असे, त्यामुळे अण्णा खूपच दुःखी होत चालले होते. त्यांनी अन्नपाणी सोडले, देवाचा धावा करू लागले. एकादशी होती त्याने विठ्ठलाला साकडे घातले. त्याच दिवशी रात्री त्यांना स्वप्न पडले; स्वप्नात स्वताला तरुणपणीचे दिसत होते. त्यांचे नुकतेच लग्न झालेले दिसत होते त्यांची बायको चंद्री आपल्याबरोबर बैलजोडी आणि गाय वासरू घेऊन आली होती. गोठ्यात अगोदरची त्यांच्या आईची आठवण असलेली म्हातारी गाय होती. गोठ्यामध्ये जनावरा साठी जागा कमी पडत होती. दाजीबा म्हणाला' म्हातारी गाय इस्माईल विकून टाक, येणाऱ्या पैशातून दिवाळसण आला चंद्री साठी डाग आण. अण्णांना ते पटले होते त्यांनी तसेच करायचे ठरवले .मुक्या जनावरांना घटित कळत असावे गाय रात्रभर हंबरत राहिली. तिला या घरातून जायचे नव्हते म्हणून दुःखी झाली होती. सकाळी इस्माईल तिला न्यायला आला; दोन अधिक ते माणसं आणून

तिला न्यावे लागले. जाईपर्यंत ती हंबरत होती, घराकडे पहात होती, घराकडे धाव घेत होती, जबरदस्तीने तिला न्यावे लागले. अण्णांच्या मनाला पण वाईट वाटत होते त्या पैशातून चंद्री साठी त्याने चंद्रहार आणला. पाडव्याला तिच्या हातात त्यांनी तो ठेवला. त्या हारा मागची कहानी तिला कळाली तिचे मन त्या चंद्रहार यावरून उतरले. तिने तो तसाच पेटी ठेवून दिला दोन वर्षात नामदेवा नंतर संगीता झाल्यावर तिने जगाचा निरोप घेतला. अण्णांना संसार सुख लाभले नाही; चंद्री लवकरच निघून गेली. दोन्ही मुलांना त्यांनी मोठे केले. संगीताच्या लग्नात अण्णांनी तो हार तिच्या गळ्यात घातला. संगीताला पण संसार सुख लाभले नाही. तीन वर्षात तीही गेली. वनीच्या नशिबी नको ती बदनामी आली; झाले काहीच नव्हते काशीच्या एका बोंबल्या मुळे वनी ते अख्खे आयुष्य बोंबले. अण्णा वनी नामदेव हे घडलेले सारे विसरले असते; पण कोर्टात चालू असलेली केस आणि गावातील लोक त्यांना विसरू देत नव्हते. वनी चे लग्न ठरत नव्हते. तिला शहरी शिकायला जायचे होते; या घटनेमुळे अण्णा तिला दूर पाठवायला परवानगी देत नव्हते. सगळ्याचा दोष आपल्या माथ्यावर घेऊन बसले होते. त्यांनी पांडुरंगाला साकडे घातले. पांडुरंगाने त्यांना दृष्टांत देऊन दाखवले. अण्णा वनीला आपली चंद्री समजत होते; पण ती त्यांची गाय होती. तिला या घरातून जायचे नव्हते म्हणून ती या जन्मी आली होती. वनी बरोबर त्यामुळे या घटना घडल्या होत्या. या घरातून न जाण्याचे स्मरण या जन्मी सोबत घेऊन आली होती. अण्णांनी वनी ते पाय धरून क्षमा मागितली. त्यांनी रंजनाला सांगितले आज पासून सगळ्या गुरांची सेवाचाकरी मी करणार. पुरणपोळीचा निवेद बनवून त्यांना खाऊ घातला. पांडुरंगाचे आभार मानले. त्यांनी स्वप्न दाखवून त्यांची चूक दाखवली. पांडुरंगाने त्यांची शापातून मुक्तता केली; आणि वनी चे आयुष्य मार्गी लावले. शहरातल्या कॉलेज मध्ये स्वतःहून जाऊन अण्णांनी दाखला घेतला. तिथे शिकत राहिली. प्रोफेसर बनून; तिथल्या प्रोफे सरांशी अण्णांनी तिचे लग्न लावून दिले. पांडुरंगाच्या कृपेने; अण्णांची शापातून सुटका झाली आणि वनीची त्रासातून सुटका झाली.

7

कोण होती

वर्षाची मुलगी दिशा; शिक्षण संपवून कंटाळा घालवायला नैनिताल फिरायला गेली होती. तिथे तिला एक पंजाबी मुलगा भेटला. एक मेकांना पाहताच पहिला नजरेतले प्रेम झाले. घरी आल्यावर दिशाने आई वडिलांना सर्व सांगितले. आपण त्याच्याच बरोबर आपले पूर्ण आयुष्य घालवत असल्याचं पहात आहोत ;असे तिने सांगितले. थोडे आढेवेढे घेत दोघे तिच्या लग्नात तयार झाले. राजिंदर एक चांगला मुलगा होता. त्यानेही आपल्या आई-वडिलांना सर्व सांगितले आणि आपण दिशा बरोबर लग्न करणार असल्याचे सांगितले. त्याचे बाबूजी मिलिटरी होते. त्यांना त्यात काही आपत्ती वाटली नाही. त्यांनी एक अट टाकत लग्नाला परवानगी दिली. त्यांना आपल्या मुलाचे लग्न आपल्या रितीरिवाजानुसार गुरुद्वारात व्हायला हवे होते. आपल्याला हवे तसे होत असेल तर माझी कोणतीही हरकत नाही. त्यांना आपण निरोप देऊ शकतो.

तसा त्यांनी दिशाच्या आई-वडिलांना निरोप दिला. त्यांनी सगळी लग्नाची तयारी करीत पंजाब मध्ये पोहोचले. पंजाबी रितीरिवाजानुसार गुरुद्वारात थाटामाटात लग्न लावले. लग्नानंतरचे विधी पार पडत दोघेही आपल्या लेकीला सासरी सोडून; आपल्या घरी परतले. घरी आल्यावर वर्षाला आपले घर सुने सुने वाटू लागले. एकुलती एक मुलगी लग्न होऊन इतक्या लवकर सासरी गेली, त्यांना तिच्या आठवणीने

करमत नव्हते, त्यांचे मन लागत नव्हते. मुलगी इतक्या लांब गेली तिच्या हट्टा पुढे त्यांचे काही चालले नाही . सर्व विधी पार पाडत होती ,नवी जोडी हनिमून ला जाऊन आली. तोपर्यंत सगळे ठीक वाटत होते. हळूहळू दिशाला आपल्या शेजारी कोणीतरी असल्याचा भास होत होता, तिला आपल्या भोवती कोणीतरी वावरत आहे असे वाटायचे. तिला एकटीला राहायला भीती वाटायची. तिने राजेंद्र ला सगळे सांगितले त्याने तिला समजावले .आता तिच्या शेजारी एक बाई मुलाला घेऊन दिसत होती, तिच्या हातात तान्हेबाळ असायचे. ती बाई तिला किचन मध्ये पण दिसायची, बाथरूम मध्ये पण दिसायची. दिशाला घेऊन जाईन असे म्हणायची. दिशाच्या मनावर ताण येऊ लागला. तिला काही सुचत नव्हते, ती आजारी पडू लागली. तिला अशक्तपणा आला. तिला जेवण जात नव्हते. कायम मनात भीतीने घर केले. एक ते कुठेही जायला नको म्हणत होती. तिच्या सोबत कोणी ना कोणी सतत राहावे असे तिला वाटत होते. आपल्या कानावर हात ठेवून बसू लागली, डोळे मिटून ती बसून राहू लागली, तिला त्या बाईची भीती वाटत होती. तिने घरात सगळ्यांना सांगितले.

तिच्या सासर्याने तिची बिघडलेली अवस्था बघून माहेरी पाठवून दिले. आणि नीट बरी होऊन यायला सांगितले. घरी त्यांनी गुरुद्वारा मधून साहेब जिना बोलवले; गुरु आले त्यांनी घर शुद्ध केले, गुरुवाणी ठेवली. आठ दिवस असे कार्यक्रम झाले. काही पूजा पाठ केल्या, गुरूने सांगितलेले सारे केले. दिशा घरी सहा महिने राहिले . इकडे आल्यामुळे तिचे मानसिक स्वास्थ्य ठीक झाले, तिला शारीरिक तंदुरुस्ती आली, ती पूर्णपणे बरी झाली. दिशा च्या आईला आपल्या लेखी च्या संसाराची काळजी वाटू लागली. तिच्या सासर्याला फोन करून विचारले. सासर्याने दिशा ठीक झाली असल्यास घेऊन येण्यास सांगितले. सोबत त्यांना पण आमंत्रण दिले. तिघेही निशाच्या सासरे आले , दिशाला घर सगळे शांत वाटले, घरात कुठेही असू, घर पवित्र वाटत होते, दोन दिवस झाले तरी ती बाई तिला दिसत नव्हती, तिला कोणतेही आवाज ऐकू येत नव्हते, घरामध्ये अशुभता वाटत नव्हती. तिने सासऱ्यांना त्याबद्दल विचारले; त्यांनी सांगितले घरात ती बाई आम्हालाही दिसत होती; पण

जेव्हा तुला घेऊन जाईन म्हणाली, त्यावेळी आम्हाला गंभीरता वाटली. म्हणून आम्ही सारे दैवी उपाय केले. आता सारे ठिक झाले आहे, तुला त्रास होणार नाही. पण ती बाई कोण होती हे मात्र समजले नाही.

8

माझी श्रद्धा

पावसाळा आला की मला भीती वाटायची. एक तर चारही बाजूने गळायचे, शिवाय खाली जमिनीतून, फरशी तुन पाणी यायचे, घर पूर्ण पाण्याने भरायचे, घरातले सगळे सामानचे वाहून जायचे आम्हाला. एका कॉटवर बसून रात्र काढावी लागायची. पाणी इतके भरायचे की एका दारातून दुसऱ्या वाहताना सोबत छोट्या-छोट्या वस्तू घरातील डबे किरकोळ सामान वाहून नेत असायचे. वरून घराचे पत्रे गळायचे, कुंडीतील कचरा पाण्याबरोबर घरात यायचा, गटाराचे पाणी त्या पाण्यात मिसळून घरात घुसायचे. सर्वत्र दुर्गंधी सुटायची; त्या वासाने जीव गुदमरायला. मी अगदी मेटाकुटीला यायचे. पाऊस थांबल्यावर घरातील पाणी आणि गाळ काढताना माझे कंबरडे आणि हात दुखून यायचे. घरातील खाण्याच्या वस्तूंचे नाश, पाण्यामुळे बरेच नुकसानही होत होते. परिस्थिती बेताची होती; दोन खोल्यांचे घर सोडून कुठे जाणार. कसेबसे थोडे पैसे साठवले . राहात घर तोडून थोडे उंच करून चांगले छत घालावे म्हणून थोडे कर्ज काढून टाकू असं ठरवले. कर्ज काढून, जमा केलेले पैसे एका बिल्डरच्या हवाली केले; त्याने राहते घर त्याने तोडून ठेवले, आम्ही दुसरीकडे भाड्याने घर घेऊन सामान शिफ्ट केले. पाया खणला, पिलर टाकले आणि तो बिल्डर पळून गेला. भाड्याने घेतलेले घर खूप छोटे होते; अर्धे सामान ओसरीवर ठेवले होते, त्यातले बरेचसे चोरीस गेले. बांधकाम करण्यासाठी आणलेले वाळू खडी घरासमोरच्या

मोकळ्या जागेत टाकले होते. पिलर वर छत्र टाकायचे तर त्याआधी तो पळाला. सर्व पैसे घेऊन तो पळाला होता. डोक्यावर कर्ज ही झाले होते, हातात पैसे शिल्लक नव्हते, डोक्यावर छप्पर नव्हते. सामान टाकलेल्या ठिकाणी आजूबाजूचे लोक गाड्या पार्क करीत होते. त्यांनी ते सामान हटवायला सांगितले ;नंतर नंतर हटवण्यासाठी धमकी देऊ लागले. घर मालक घर खाली करून मागत होता. चारी बाजूने संकटे आली होती. दोन लहान मुले घेऊन आम्ही कुठे जाणार होतो. मी निराश आणि हतबल झाले होते, डोळ्याचे पाणी थांबत नव्हते.

अर्धवट राहिलेले घर पूर्ण तर करावेच लागणार होते. कसेबसे अर्धे पैसे जमा केले, अजुन हवे होते म्हणून मी माझ्या वडिलांकडे गेले, त्यांनी काही पैसे दिले आणि एक पूजा पाठ मंत्रांचे पुस्तकही दिले. माझे वडील मला म्हणाले' पूर्ण श्रद्धेने याचे वाचन कर, तुला काही ना काही मार्ग नक्कीच सापडेल. आणि उपायही सापडेल; तो तू मनापासून कर, संकल्प कर आणि पूर्ण कर. मार्गशीष महिना चालू होता, मी नेहमी लक्ष्मीचे व्रत करीत असे. यावर्षी मला ते जमले नव्हते, यावेळी मी पूजा मांडू शकली नव्हती. मग पुस्तक वाचन केले. त्यातील काही मंत्रपठण करण्यास सुरुवात केली. हळूहळू सेंटर इन करणारे, मग इतर काम करणारे, बांधकाम साहित्य उधारीवर देणारे, असे मदत करणारे भेटु लागले. महिन्याच्या शेवटी आम्ही आमच्या घरात गृह प्रवेश केला. देवाने माझी मदत केली होती. अशा मंत्र्यांवर माझा विश्वास बसला. मी हे शास्त्र शिकण्याच्या निश्चय केला, मग अशा प्रकारची पुस्तके खरेदी केली, त्यासाठी लागणारे ध्यान मेडिटेशन सुरू केले. हळूहळू जन्मकुंडली पाहायला शिकले. सगळ्यामध्ये बऱ्यापैकी ज्ञान घेतले. निरपेक्ष भावनेने इतरांना मार्गदर्शन केले. लोकांचे छोटे-मोठे प्रश्न सोडविले, त्याचे फळ देवाने त्यांनाही दिले. लोकांना प्रचिती आली. अशाच प्रकारे मदत मी सर्वांना करीत होते; प्रसिद्धी मिळत गेली. लोक दुरून दुरून येऊ लागले, मीही निरपेक्ष भावनेने लोकांच्या भल्याचा विचार करून, जमेल तशी त्यांना मार्गदर्शन करत राहिले. देवाने या सेवेसाठी मला साथ दिली, सर्व करता करविता तोच होता. त्याची अदृश्य शक्ती माझ्या पाठीशी होती. मी फक्त निमित्तमात्र झाले. आजही मी

माझी माझी सेवा मी चालू ठेवली आहे. माझी देवावरची श्रद्धा कमी झाली नाही. उलट ती वाढतच आहे.

9

आभास

प्राचीला आज काल पहाटे झोप मोडून जाग येई; त्यामुळे रोज तिची चिडचिड सुरू होती. असं रोजच होत असल्याने ती अस्वस्थ झाली होती. आज तर सकाळ पासून अनामिक भीतीने मनात घर करून ठेवले होते. त्यामुळे मन उगाच उदास झाले होते; तिचे काहीच मनाला पटत नव्हते, कशाची पण चीड येत होती. णेश तिच्याकडे पाहून गप्प कोपऱ्यात बसला होता. त्याची भारीच पंचाईत झाली होती; काही बोला तर हिचा पट्टा सुरू होणार. तो आपला हरप्रकारे तिला हसवण्याचा प्रयत्न करीत होता. तिचं असं वागणं त्याला आतून ढवळत होतं. मनाला एक रुखरुख लागून राहिली होती, आपण हिला खूष तर ठेवू शकत आहे ना; की नाही विचारा काय करावं त्याला कळत नव्हते. प्राचीने सर्व घर फिरून पाहिले. तासभर कपाट मिळून एक साडी काढली. गेल्याच आठवड्यात तिने दहा दुकाने फिरून ती खरेदी केलेली होती. स्वतः मात्र साधी साडी घातली. कपाटातून आपले दागिने काढले, पर्समध्ये ठेवून पर्स आणि साडीची पिशवी घेऊन ती तयार झाली. आधी बँकेत गेली; बँकेमध्ये आपले सगळे दागिने ठेवले. ती चावी गणेश च्या हातात देत त्याला सांभाळून ठेवायला सांगितले. तासभराच्या अंतरावर असलेल्या आपल्या आईच्या घरी ती आली. आईच्या गळ्यात पडून उगाच ढसाढसा रडली .आईच्या हातात साडी आणि गजरा ठेवत, तिला आत्ताच घाल असे गळ्यात पडत म्हणाली. आईला आपल्या आवडीचे पदार्थ बनवण्यास सांगितले.

बाबांच्या खोलीत जाऊन त्यांच्या सर्व वस्तूंवरून हात फिरवत न्याहाळत बसली. जेवण वाढले आहे म्हणताच; लहान मुलासारखे, अधाशासारखी भराभरा खाऊ लागली. आई तिला' हळू हळू खा ठसका लागेल' म्हणत होती आणि पाठीवर हात फिरवत होती, हलकेच थोपटत होती. जेवून झाल्यावर आईच्या कपाटातून आईच्या साडीची गोधडी पांघरून घेऊन आईच्या कुशीत झोपली. तिच्या केसातून आई हात फिरवत; विचारात पडली. आज आपल्या लाडक्या चिमणीला काय झाले आहे, असं विचित्र वागते आहे, लग्नाला तर दोनच वर्ष झालेली आहेत, जावईबापू नीट सांभाळत आहेत ना तिला? त्या दोघांचं काही भांडण झालं असेल काय? दोघांचं पटत नसेल काय? अनेक प्रश्नांनी तिला घेरले होते, तिने त्या दृष्टीने आपल्या जावयाकडे पाहिले. गणेश लाही त्यांचा रोख समजला; त्याने त्यांना आमच्यात सगळे आलबेल आहे असे सांगत, आश्वस्त केले.' तुम्ही काळजी करू नका.' तो म्हणाला.

तिच्या आईने काळजी वाटून नवऱ्याला फोन केला आणि त्यांना घरी लवकर येण्याचे सांगून तिच्या आवडीच्या वस्तू आणायला सांगितले. नऊ वाजता येणारे बाबा पाच वाजता आले. प्राचीने त्यांच्याबरोबर चहा घेतला, छान गप्पा मारल्या, बाप बेटी च्या गप्पा चांगल्या रंगला. संध्याकाळी आपण बाहेर जेवायला जाऊ म्हणत तयार होऊन ते हॉटेलवर जायला निघाले. गणेश बराच कंटाळा होता पण तिच्या प्रेमापोटी तो गप्प बसला होता; त्याला तिला कोणत्याही कारणाने दुखवायचे नव्हते. सध्या ती फारच हळवी झाली होती. हॉटेल ला जायला आईने तिने आणलेली साडी घातली, तो गजरा माळला. दोघींनी गळ्यात गळे घालून फोटो काढून घेतले. तेवढ्याने प्राचीला चक्कर आली; आईने तिला लिंबू पाणी बनवून दिले. आईला वाटले काहीतरी गोड बातमी असावी;' उद्या आपण डॉक्टर कडे जाऊन चेक अप करू'. असं ती प्राचीला म्हणाली लिंबू पाणी पिऊन प्राचीला थोडं हलकं वाटलं, सगळे जण हॉटेलला जेवायला आले. तिच्या बाबांनी तिला आवडणारे सर्व पदार्थ मागवले होते, गप्पा मारत ती जेवत. होती. बाबांना तिच्या डोळ्यात पाणी आल्या सारखे वाटले, त्यांच्या मनात उलट-सुलट विचार आले, पण आता तिच्या आनंदाकडे पहात त्यांनी आपले ते विचार

झटकून टाकले. हसत-खेळत जेवणे आटपली, सगळे आपल्या घरी आले.' उद्या प्राची ला परत आणतो' म्हणत जावयाने बाईक काढली. बाईक वरून दोघेही आपल्या घरी गेले. प्राची च्या आईने आपल्या नवऱ्याला दिवसभर प्राची ने काय काय केले ते सारे सांगितले. दोघांनाही तिच्याविषयी काळजी वाटू लागली; चिंतेमुळे त्यांना झोप येईना. गणेश ने घरी पोहोचल्या चा फोन केला. तिच्या आईचा जरा डोळा लागला; बाहेर कुत्रे रडण्याच्या आवाजाने ती जागी झाली. सोबत मांजराच्या रडण्याचा आवाज आला म्हणून ती उठून बाहेर आली; तिला प्राचीचे बाबा आराम खुर्चीत बसलेले दिसले, त्यांना पण झोप येत नव्हती. मन उगाच उदास झाल्यासारखे वाटत होते, राहून राहून आपल्या मुलीच्या डोळ्यातील पाणी आठवत होते. आईच्या मनात पाल चुकचुकली. त्यांच्या मनात विचार आला काही अघटीत होणार तर नाही ना? घरी आल्यावर प्राचीने गणेश ना दूध गरम करून मागितले; आणि त्याच्या गळ्यात पडली, त्यानेही प्रेमाने तिला दूध आणून दिले. दोघे प्रेमाने एकमेकाच्या मिठीत गप्पा मारत झोपी गेले. मध्यरात्री मांजराच्या ओरडण्याचा आवाज आला; वातावरणात वेगळेपण जाणवू लागले. वाऱ्याची हालचाल त्याचा आवाज विचित्र वाटत होता. घड्याळाचे काटे जोराने वाजत असल्यासारखे वाटत होते. प्राचीने भेदरलेल्या अवस्थेत गणेशला जोर-जोरात हलवून जागे केले; त्याला पाणी दे म्हणाली. पाण्याचा एक घोट घेऊन, ती शांत टेकून बसली. अजुन एक घोट घेता तिच्या घशातून विचित्र आवाज येऊ लागला, डोळे मोठे झाले, ती जोराने श्वास घेण्याचा प्रयत्न करू लागली, छातीवर हात जोराने मारू लागली, नंतर वेगाने हात पाय झाडत एका बाजूला वाकडे होऊन निपचित पडली. गणेश ने तिला हलवले, हाका मारल्या, पाण्याचे हबके तोंडावर मारले, पण ती उठली नाही. तिला दवाखान्यात न्यावे म्हणून तिच्या आई-वडिलांना त्याने फोन केला. आईने फोन घेताच बाबांना गणेश चा फोन आहे असे सांगितले. बाबा म्हणाले' तिला आभास झाला होता;' सारे संपले आहे. ते आपल्याच तंद्रीत बोलत होते. त्यांनाही आभास झाला होता.

10

राजाराम

पूर्वीची गोष्ट आहे पूर्वी म्हणजे स्वातंत्र्यापूर्वीच; राजाराम आणि रमाबाई आपल्या चार मुलांसोबत बोरवली पत्र्याच्या चाळीत राहत होते. असेच मुले झोपल्यावर दोघांना थोडा निवांत वेळ मिळाला म्हणून ते ओसरीवर गप्पा मारीत बसले होते. गप्पा मारत भविष्यात रमले होते. वेळेचे भान त्यांना राहिले नसल्याने किती वाजले हे समजत नव्हते. रात्री बारा वाजले असावेत; पांढरे धोतर सदरा घातलेला, फेटा बांधलेला, म्हातारा घुंगरू असलेल्या काठी सह, समोरून विहिरीच्या दिशेने गेला इतकेच. दोन वेळा असेच उघडत होते म्हणून ते तसेच बोलत बसले होते. तिसऱ्या दिवशी मात्र तू म्हातारा त्यांच्यासमोर रागाने पहात उभा राहिला आणि म्हणाला 'ही माझी नेहमीची वेळ आहे, या वेळेत परत इथे दिसलात तर उचलून फेकून देईल '. दोघही अतिशय घाबरले, त्यांना काय समजायचे होते त्यांना समजले. तो होता त्या जागेचा मालक, राखनदार, त्या दोघांनी त्याची क्षमा मागितली, पाय धरून माफी द्या म्हणाले, पुन्हा असे होणार नाही. तो अदृश्य झाला. तो जागेवाला लोकं याच नावाने त्यांना ओळखतात. अशा शक्तीशी सामना नको. इथे राहिलो तर चुकून कधीतरी पुन्हा आपण त्यांच्या तावडीत सापडू; म्हणून राजारामने गजबजलेल्या ठिकाणी घर घ्यायचे ठरवले, आणि ते घर सोडून दोन-तीन हॉस्पिटलला जवळ त्यांनी घर घेतले. मुले तिथल्या शाळेत टाकले. मोठी मुलगी शाळा शिकली नाही. त्या ठिकाणी नेहमी वर्दळ असे;

राजाराम ला नोकरी एका जवळच्या कंपनीत मिळाली. नोकरीमुळे त्यांना रात्री-बेरात्री तपासणी करता फिरावे लागायचे. कंपनीच्या परिसरात राऊंड मारावे लागायचे. परिसर बराच मोठा होता खूप वेळ लागायचा. नेहमीप्रमाणे त्यांना राऊंड ला जायचे होते; मोठ्या मुलीला खूप ताप भरला होता, त्यांना ती जाऊ देत नव्हती, त्यांचे पाय पकडून ठेवले होते तिने, त्यामुळे त्यांचाही पाय घरातून निघत नव्हता. नोकरी होती, जावेच लागणार होते. सर्व पहात फिरत असता; त्यांना एका पिंपळाच्या झाडाच्या पानांची सळसळ ऐकू आली, अजिबात वारा नव्हता; तरी पाने कशी काय हलत आहेत असे त्यांना वाटले. त्यांनी त्या पिंपळाच्या झाडावरती विजेरी मारायचे ठरवले, पिंपळा खाली जाऊन त्याने विजेरी मारायला सुरुवात केली खाली उजेड दोन पायांवर पडला; पाय पाहत पाहत झाडाच्या वरच्या बाजू पर्यंत गेले, झाडाच्या वरच्या फांदीवर कोणीतरी बसलेले दिसले. विजेरीच्या उजेड तिथे जातात त्याने खाली पाहिले आणि राजारामने वर पाहिले आणि त्याला कापरे भरले . तो विजेरी टाकून तिथून पळत घरी आला. घरी आल्यावर त्याला ताप आला; दोन दिवस तो फिरतीवर गेला नाही. जे पाहिले त्याच्यावर त्याचा विश्वास बसत नव्हता. कोण बसले होते तिथे मुंजाबा, की वेताळ, की अजून कोण कळायला मार्ग नव्हता. राजाराम कधीच पूजापाठ करीत नव्हता; तरी तो घरी सुखरूप आला होता. देवाची कृपा होती त्याला काही झाले नाही, त्याच्यावर देवाचा आशीर्वाद होता. ही गोष्ट आपल्या मित्राला सांगितली त्यांनाही वाटले राजाराम वर दैवी शक्तीचा आशीर्वाद आहे. रमाबाई मात्र देवभोळ्या होत्या देवभोळ्या होत्या त्या प्रसंगानंतर राजाराम न चुकता अमावस्या आणि पौर्णिमा या दिवशी वेताळाच्या नावाने तो नारळ फोडायचा. शेजारीपाजारी कोणाच्याही मुलांना बाहेरचा त्रास झाला तर; तर लागली आहे असे वाटू लागले, तर ते त्या मुलांना घेऊन राजाराम जवळ येऊ लागले, राजाराम त्यांना बरे करेल, असे त्यांना वाटायचे त्यांचा तसा विश्वास होता. राजाराम च्या हाताचा स्पर्श होताच मुलांची नजर निघून, बाधा निघून जायची आणि ते बरे व्हायचे. हेही तितकेच खरे होते. मोठा मुलगा रात्री उशिराने घरी परतला. घरी सगळे त्याची वाट पाहत होते, बारा वाजून गेले होते . तो आला त्याला

घरात घ्यायचे सोडून राजारामने त्याला दारातच आडवले; आणि प्रश्न विचारू लागला' तू इथे का आलास? तू माझ्या मुलाबरोबर काय करतो आहेस? तू याला कुठे भेटला? तुझे माझ्याकडे काय काम आहे. राजारामने आपल्या सगळ्यांना आपल्या खोलीत जायला सांगितले. आणि आपल्या मुलाला तो म्हणाला तुला काही होणार नाही; मी फक्त तुझ्यातल्या या मुलाला विचारत आहे. मुलांमधल्या आत्म्याने सांगायला सुरुवात केली;' तो म्हणाला मला फक्त मुक्त व्हायचे आहे, तुम्ही मला मुक्त करू शकता असे मला वाटले. तुमचा मुलगा माझ्या मार्गात आला होता, म्हणून मी त्याच्याबरोबर तुमच्यापर्यंत पोहोचण्याचा प्रयत्न केला. मला माझ्या मित्रांनी गुंगीचे औषध देऊन; माझे पैसे लुबाडून, माझे सोने नाणे लुबाडून मला रेल्वेच्या पटरीवर टाकले होते, तिथेच माझा तडफडून मृत्यू झाला. माझ्या सोबत काय घडले ते मला सांगायचे होते; तुम्ही मला मुक्त करा. एवढीच विनंती करतो. राजाराम विचारले' मी तुला कसे मुक्त करू तू मला सांग' त्याने सांगितले 'तुम्ही एक लिंबू घेऊन तुमच्या मुला वरून उतरून प्रार्थना करा आणि मागची खिडकी उघडे ठेवा मी निघून जाईल आणि मुक्त होईन.' सेक्सी त्याने सांगितले त्याप्रमाणे राजारामने केले तसेच करतात राजाराम चा मुलगा खाली कोसळला राजारामने त्याला आत नेऊन झोपवले दोन दिवस असतो अशक्त झाल्या सारखा वाटला. नंतर तो ठीक झाला. असे बरेच प्रकार राजाराम बाबत घडत असत. सगळे म्हणत होते राजारामला वेताळ बाबा की मुंजा बाबा दर्शन देऊन आशीर्वाद दिला आता हे खरे होते की खोटे हे मात्र शेवटपर्यंत कळले नाही. राजाराम मात्र सर्वांना बरे करीत होता. त्याच्या हाताला गुण होता.

11

उतारा

काल अमावास्या झाली. आज पुतण्याचे कार्य होते; अवघे २७ वर्षाचे वय त्याने स्वतःला फासावर लटकवून संपवले होते. दुपारचा एक वाजला ; घरची कामे खोळंबली होती. येताना रस्त्यावर, चौकामध्ये, काही उतारे दिसत होते. कडेला लिंबू-मिरची हि दिसत होते. एका विशिष्ट उताऱ्यावर माझी नजर खिळून राहिली; भात, गुलाल, काळे तीळ, अभि, लिंबू, उकडलेले अंडे, अर्धा भाग केलेले असे त्या उताऱ्यात सर्व सामान होते. अजूनही हे सारं लोक मानतात. याचं जरा नवल वाटले. असे माझी आजी हे सारं मानत होती. आम्ही लहानपणी अधिक रडू लागलो की; आमची आजी मीठ, मोहरी नजर काढायची. कसं कोण जाणे पण आमचं रडणं आणि चिडचिड थांबायची. लगेच सुरु होई बघितला तुम्हाला विश्वास वाटत नाही, ह्या गोष्टीवर, माझी आई तिच्या समाधानासाठी काही तिला म्हणायची नाही. आमचा असं काही म्हणणं नव्हतं, तसा आमचा विश्वासही नव्हता. आंघोळ वगैरे करून कामे आटोपली, थोडावेळ पुस्तक वाचत बसले होते, बाजूने काही गेल्या सारखे वाटले एकदम वाऱ्याची झुळूक थंड थंड मान वर करून पाहिले पांढऱ्या धुरा सारख काहीतरी दिसले; मला वाटले बाहेरून आला असावा. मी लक्ष दिले नाही, मनात आले सकाळी उतारा पाहिला होता त्यामुळे असं वाटलं असेल. माझ्या शेजारी बसलेले हे अचानक म्हणाल अरे पांढरा धूर कुठून आला. दोघांना एकदम पांढरा धूर दिसला. मला वाटते त्यांना मी म्हणाले

बाहेरून गाडी गेली असेल धुराची तोच आला असेल घरात घरात. रात्री अचानक एक वाजता मला एकदम हसायला येऊ लागले, सोबत छातीवर हात मारून रडू देखील येऊ लागले. मला स्वतःला कळत नव्हते मी काय करीत आहे. शेजारच्या खोलीमध्ये झोपलेला मुलगा, मुलगी घाबरून पळत आमच्या बेडरूममध्ये आले. आपल्या आईला अशा स्थितीत पाहाताना; त्यांना खूप भीती वाटत होती. सासूबाईंनी देवा जवळील अंगारा आणून कपाळी लावला, मी शांत झाले. सकाळी त्यांनी' मीरा दातार' दर्ग्यात जायला सांगितले. संध्याकाळी आम्ही त्या दर्ग्यात गेलो. मौलवीने डोक्यावरून मोरपीस फिरवला आणि पाणी दिले घरात टाकायला सांगितले. डोक्यावरून अंगावर मोरपीस फिरवत त्यांनी काही मंत्र पुटपुटले. परत मला असे कधी झाले नाही. एकदा गगनगिरी महाराजांच्या मठात गेले होते. तिथे साधनेसाठी एक गुहा आहे; त्या गुहेत जाऊन मी बसले असता माझ्या डोक्यावर वरून अंगातून बाहेर पडलेले उष्ण काहीतरी जाणवले पण दिसले काहीच नाही. मला खूप आश्चर्य वाटले न दिसलेले ते उष्ण काय होते. मन मात्र एकदम शांत झाले. वर्षानंतर माझ्या पोटात अचानक दुखू लागले; डॉक्टर कडे जाऊन चेकअप केले ,औषधे आणली. तरी ते थांबत नव्हते. सर्व रिपोर्ट नॉर्मल आले. आता आणखी काय झाले म्हणून मन दुःखी झाले होते. शेजारच्या आजीने स्वतःच्या मनाने एक बाजरीची भाकरी आणि मेथीची भाजी माझ्या डोक्यावरून उतरवून विहिरीच्या दिशेने टाकली माझी. पोटदुखी तासाभराने थांबली. मला माझ्या आजीची आठवण झाली .आम्हाला लहानपणी काही झाले तर ती पण असेच काहीसे करत होती'. त्या शेजारच्या आजी पण तशाच होत्या; माझा त्रास पाहून त्या स्वताहून आल्या होत्या. आमचे संबंध चांगले होते; उगीच त्यांना वाईट नको वाटायला म्हणून मी त्यांना जे करायचे ते करू दिले. त्यांच्या मनाचे समाधान झाले आणि माझे दुखणे थांबले त्यांच्या उताराने पोट दुखायचे थांबले की औषधाने थांबले हे माहीत नाही. बरीच वर्षे झाली. मुलगी तिच्या छोट्या मुलाला घेऊन घरी आली होती. तो संध्याकाळी अचानक खूप रडू लागला. तिने तिच्या सासूला फोन करून सांगितले. त्यांनी तिला त्याची नजर काढ आणि काय काय घ्यायचे ते सांगून विस्तवावर

टाकायला सांगितले. तिने मीठ, मिरची, तुरटी, मोहरी घेतली त्याच्यावरून फिरवली आणि विस्तवावर टाकली. थोड्या वेळाने तो रडायचा शांत झाला. सहा महिन्याच्या मुलाला कसली नजर बाधा होणार; पण पूर्वापार आलेल्या समजुती आणि गोष्टी. कशानेतरी मनावरचे ओझे कमी झाले, एवढेच. खरे काय आणि खोटे काय हे कोण ठरवणार.

जुनी लोकं म्हणायची' अर्धवट संसार केलेल्या लोकांच्या इच्छा अपूर्ण राहतात. कधीकधी घटित कारणाने, अघटित कारणाने मृत्यू येतो; त्यांच्या इच्छा अपूर्ण राहतात. ते दुष्ट आत्मे आपल्याला त्रास देऊन त्यांच्या इच्छा पूर्ण करून घेतात. अशावेळी कोणी ज्योतिषी, गुरुजी, तांत्रिक, असे उतारे करण्यास सांगतात. कालचा असा उतारा पाहून मागे घडलेल्या घटना ताज्या झाल्या. अजूनही या गोष्टी घडतात. कोणी मानतात कोणी नाही मानत, कोणी पाळतात कोणी नाही पाळत. शेवटी रात्र तिथे दिवस, अंधार तिथे उजेड असतोच---सकारात्मक ऊर्जा तशी नकारात्मक ऊर्जा असते.